મનગમતા લેખ

મિહિર જાગૃતિ વોરા

Made with ♥ on the Notion Press Platform
www.notionpress.com

માતા પિતા ને અર્પણ કરું છું

સામગ્રી

પ્રસ્તાવના

મનગમતા લેખ પુસ્તક માં મેં મારા ગુજરાત ના વિવિધ અગ્રણી અખબારો ને મેગઝીન માં પ્રસિદ્ધ થયેલા લેખો ને સામેલ કર્યા છે

સ્વીકૃતિઓ

આ પુસ્તક માટે મેં વિવિધ લેખ આધારિત માહિતી વિકિપીડિયા ,લેખ ને લાગતા આવેલા વિવિધ અખબારી અહેવાલ અને જે તે લેખક ના લેખ ના સંદર્ભો નો સહારો લીધો છે તે સૌ નો હું આભાર માનું છું .

અનુક્રમણિકા

1

ભારત છોડો આંદોલનનો ઇતિહાસ

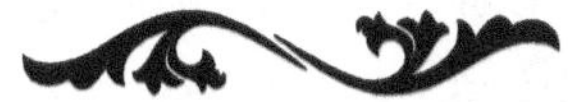

મિત્રો .હાલ માં ભારત માં આઝાદી નો અમૃત મહોત્સવ ચાલી રહ્યો છે ત્યારે આ લેખ ખુબજ જરૂરી છે .ભારત છોડો આંદોલન ને ૮૧ મુ વર્ષ બેસે છે ત્યારે આલેખ ફરી વાંચવો જરૂરી છે ભારતીય સ્વાતંત્ર્ય સંગ્રામના વખતમાં ૮મી ઓગસ્ટ, ઇ. સ. ૧૯૪૨ના દિને ગાંધીજી દ્વારા કરાયેલા આહ્વાન પર ભારત છોડો આંદોલનનો આરંભ થયો હતો. અને એ ચળવળ શરૂ થયાનાં પાંચ વર્ષમાં અંગ્રેજોના 190 વર્ષના શાસનનો અંત આવ્યો હતો .

મિત્રો આ લેખ માહિતી આધારિત છે , મેં વિવિધ સંદર્ભો નો ઉપયોગ કરીને આ લેખ લખ્યો છે જેની નોંધ લેવા વિનંતી છે . આ આંદોલન ભારત દેશના લોકોને તુરંત આઝાદ કરવા માટે અંગ્રેજી શાસન વિરુદ્ધ એક નાગરિક અવજ્ઞા આંદોલન હતું. ક્રિપ્સ મિશન માં વિફળતા મળ્યા બાદ મહાત્મા ગાંધીએ બ્રિટિશ શાસન ખિલાફ પોતાનું ત્રીજું મોટું આંદોલન છેડવાનો ફેંસલો કર્યો હતો. ઓગસ્ટ ૧૯૪૨માં શરૂ થયેલા આ આંદોલનને 'અંગ્રેજો ભારત છોડો' એવું નામ આપવામાં આવ્યું હતું.

જો કે ગાંધીજીને તત્કાળ ગિરફ્તાર કરી લેવામાં આવ્યા હતા. આમ છતાં દેશ ભરના યુવા કાર્યકર્તાઓ હડતાળો અને તોડફોડ જેવી

કારવાઇઓ કરીને આંદોલન ચલાવતા રહ્યા હતા. કૉંગ્રેસ પક્ષમાં જયપ્રકાશ નારાયણ જેવા સમાજવાદી સદસ્ય ભૂમિગત પ્રતિરોધિ ગતિવિધિઓમાં સૌથી વધારે સક્રિય રહ્યા હતા.

પશ્ચિમ ભાગમાં સાતારા અને પૂર્વ ભાગમાં મેદિનીપુર જેવા કેટલાય જિલ્લાઓમાં સ્વતંત્ર સરકાર, પ્રતિસરકારની સ્થાપના કરી દેવામાં આવી હતી. અંગ્રેજોએ આ આંદોલનના પ્રતિરોધમાં અત્યંત સખ્ત રવૈયો અપનાવ્યો હતો. આમ છતાં આ વિદ્રોહને દામવા માટે સરકારને સાલ ભરથી પણ વધારે સમય લાગ્યો હતો. ભારત છોડો આંદોલન હકીકતમાં એક લોકાઆંદોલન હતું જેમાં લાખો સામાન્ય હિંદુસ્તાની લોકો સામેલ થયા હતા. આ આંદોલન દ્વારા યુવાઓ મોટી સંખ્યામાં આકર્ષિત થયા હતા. આ યુવાઓએ પોતાની કૉલેજના અભ્યાસને છોડી દઇને જેલ જવાનો રસ્તો અપનાવ્યો હતો. 1942ની આઠમી ઓગસ્ટે સમગ્ર ભારતમાં 'હિંદ છોડો'ની ચળવળ શરૂ થઈ હતી અને એ ચળવળ શરૂ થયાનાં પાંચ વર્ષમાં અંગ્રેજોના 190 વર્ષના શાસનનો અંત આવ્યો હતો.

એક તરફ મહાત્મા ગાંધીના માર્ગે ચાલીને લોકો અહિંસક સત્યાગ્રહમાં જોડાયા હતા તો બીજી તરફ સશસ્ત્ર ક્રાંતિમાં વિશ્વાસ ધરાવતા યુવાનોએ ચંદ્રશેખર આઝાદ અને ભગતસિંહનો માર્ગ પકડ્યો હતો. આઝાદી માટે ઝઝૂમતા યુવાનો માત્ર કામ નહીં નામમાં પણ ચંદ્રશેખર આઝાદને અનુસર્યા હતા અને પોતાના નામમાંથી મૂળ અટક હઠાવી દીધી હતી.

ચંદ્રશેખર આઝાદની જેમ ગુજરાતના યુવાનોએ પણ દેશના સ્વાતંત્ર્યઆંદોલન માટે 'આઝાદ', 'કામદાર', 'બાદશાહ' જેવી અટક અપનાવી હતી.1942ની હિંદ છોડો ચળવળ વખતે આઠમી ઓગસ્ટ પછી દેશભરમાં ધરપકડનો દોર શરૂ થઈ ગયો હતો. 1942ની 18 ઓગસ્ટની બપોર બાદ આગેવાનોની ધરપકડ કરવામાં આવી હતી અને સભા-સરઘસ પર પ્રતિબંધ લાદવામાં આવ્યા હતા. લાઠી અને બંદૂકધારી પોલીસના કાફલા પોળમાં અને રસ્તાઓ પર ખડકી દેવામાં આવ્યા હતા.

જૂન ૧૯૪૪ના સમયમાં જ્યારે વિશ્વ યુદ્ધ સમાપ્તિ તરફ હતું, ત્યારે ગાંધીજીને જેલમાંથી છોડવામાં આવ્યા હતા. જેલમાંથી બહાર નિકળ્યા

બાદ એમણે કોંગ્રેસ અને લીગ વચ્ચેના ફાંસલાને મિટાવવા માટે જિન્ના સાથે કેટલીય વાર વાતચીતો કરી. ઇ. સ. ૧૯૪૫ના વર્ષમાં <u>બ્રિટનમાં</u> લેબર પાર્ટીની સરકાર બની હતી. આ સરકાર ભારતીય સ્વતંત્રતાના પક્ષમાં હતી. આ સમયમાં વાયસરાય લોર્ડ વાવેલ તરફથી કોંગ્રેસ અને મુસ્લિમ લીગના પ્રતિનિધિઓ સાથે કેટલીય બેઠકોનું આયોજન કરવામાં આવ્યું હતું.

ઇ. સ. ૧૯૪૬ના વર્ષની શરૂઆતમાં પ્રાંતીય વિધાન મંડળો માટે નવેસરથી ચુંટણીઓ કરાવવામાં આવી હતી. સામાન્ય શ્રેણીમાં કોંગ્રેસને ભારે સફળતા મળી હતી. મુસલમાનોને માટે આરક્ષિત બેઠકો પર મુસ્લિમ લીગને ભારે બહુમત પ્રાપ્ત થયો હતો. રાજનીતિક ધ્રુવીકરણ પૂર્ણ થઇ ચુક્યું હતું. ઇ. સ. ૧૯૪૬ના વર્ષમાં ઉનાળામાં કેબિનેટ મિશન ભારત આવ્યું હતું. આ મિશન દ્વારા કોંગ્રેસ અને મુસ્લિમ લીગને એક એવી સંઘ વ્યવસ્થા પર રાજી કરવાનો પ્રયાસ કરવામાં આવ્યો જેમાં ભારતની અંદર વિભિન્ન પ્રાંતોને સીમિત સ્વાયત્તતા આપવાનું શક્ય બને તેમ હતું.

કેબિનેટ મિશન દ્વારા કરવામાં આવેલો આ પ્રયાસ ભી વિફળ રહ્યો હતો. વાતચીતોનો દોર તુટી ગયા બાદ જિન્નાએ પાકિસ્તાનની સ્થાપના કરવા માટે લીગની માંગના સમર્થનમાં એક પ્રત્યક્ષ કાર્યવાહી દિવસનું આહ્વાન કર્યું. આ કાર્ય માટે <u>ઓગસ્ટ ૧૬</u>, ૧૯૪૬નો દિવસ નક્કી કરવામાં આવ્યો હતો. આ જ દિવસે કલકત્તા શહેરમાં ખૂની સંઘર્ષ શરૂ થઇ ગયો હતો. આ હિંસા કલકત્તા શહેરથી શરૂ થઇને ગ્રામીણ બંગાળ, બિહાર અને સંયુક્ત પ્રાંત તથા પંજાબ સુધી ફેલાઇ ગઈ. કેટલાંક સ્થાનો પર મુસલમાનોને તો કેટલાંક અન્ય સ્થાનો પર હિંદુઓને નિશાન બનાવવામાં આવ્યા હતા.

ફેબ્રુઆરી ૧૯૪૭ના સમયમાં વાવેલની જગ્યા પર લોર્ડ માઉંટબેટનને વાઈસરોય નિયુક્ત કરવામાં આવ્યા. એમણે વાર્તાલાપોના એક અંતિમ દૌર માટે આહ્વાન કર્યું. જ્યારે સુલેહ કરવા માટે એમનો આ છેલ્લો પ્રયાસ પણ વિફળ થઇ ગયો તો તેમણે એલાન કરી દિધું કે બ્રિટિશ ભારતને સ્વતંત્રતા આપી દેવામાં આવશે પરંતુ ભારતનું વિભાજન પણ થશે. ઔપચારિક સત્તા હસ્તાંતરણ કરવા માટે <u>પંદરમી ઓગસ્ટનો</u> દિવસ નિયત કરવામાં આવ્યો હતો.

આ દિવસે ભારતના વિભિન્ન ભાગોમાં લોકોએ ભારે ખુશી મનાવી હતી. દિલ્હી ખાતે જ્યારે સંવિધાન સભાના અધ્યક્ષ દ્વારા મોહનદાસ કરમચંદ ગાંધીને રાષ્ટ્રપિતા તરીકે ઉપાધિ આપતાં સંવિધાન સભાની બેઠક શરૂ કરવામાં આવી ત્યારે ઘણા સમય સુધી કરતલ ધ્વનિ થતો રહ્યો હતો. એસેમ્બલીની બહાર ભીડ મહાત્મા ગાંધીની જયના નારા લગાવી રહી હતી. ૧૫મી ઓગસ્ટ, ૧૯૪૭ના દિવસે ભારત દેશની રાજધાની દિલ્હી ખાતે થઇ રહેલા ઉત્સવોમાં મહાત્મા ગાંધી હાજર ન હતા. આ સમયમાં તેઓ કલકત્તા શહેરમાં હતા પરંતુ એમણે ત્યાં પણ ન તો કોઇ કાર્યક્રમમાં હિસ્સો લીધો, કે ન તો ક્યાંય ઝંડા ફરકાવવાના કાર્યક્રમમાં ભાગ લીધો. ગાંધીજી આ દિવસે ૨૪ કલાક માટે ઉપવાસ પર રહ્યા હતા.

એમણે આટલા દિન સુધી જે સ્વતંત્રતા મેળવવા માટે સંઘર્ષ કર્યો હતો, તે એક અકલ્પનીય કિંમત પર એમને મળી હતી. એમનું રાષ્ટ્ર વિભાજિત હતું. હિંદુ-મુસલમાન એક-બીજાની ગર્દન પર સવાર હતા. એમની આત્મકથા (જીવની)ના લેખક ડી. જી. તેંદુલકર દ્વારા લખવામાં આવ્યું છે કે સપ્ટેમ્બર અને ઓક્ટોબર મહિના દરમ્યાન ગાંધીજી રમખાણ પીડિતોને સાંત્વના આપવા માટે હોસ્પીટલો અને શરણાર્થી શિબિરોનાં ચક્કર લગાવી રહ્યા હતા. આ સમયે એમણે શીખો, હિંદુઓ અને મુસલમાનોને આહ્વાન કર્યું કે તેઓ અતીતને ભુલાવીને, પોતાની પીડા પર ધ્યાન આપવાને બદલે એક-બીજાના પ્રતિ ભાઈચારા માટે હાથ આગળ કરે તથા શાંતિથી રહેવા માટેનો સંકલ્પ લે.

ગાંધીજી અને જવાહરલાલ નેહરુના આગ્રહને કારણે કૉંગ્રેસ દ્વારા અલ્પસંખ્યકોના અધિકારો પર એક પ્રસ્તાવ પસાર કરવામાં આવ્યો. કૉંગ્રેસે બે રાષ્ટ્રનો સિદ્ધાંતને ક્યારેય સ્વીકાર કર્યો ન હતો. જ્યારે કૉંગ્રેસે પોતાની ઇચ્છા વિરુદ્ધ ભારતના ભાગલા માટે મંજૂરી આપવી પડી છતાં પણ એનો દૃઢ વિશ્વાસ હતો કે ભારત ઘણા બધા ધર્મો અને ઘણી બધી જાતિઓના લોકો વડે બનેલો દેશ છે અને એને એવો જ બનાવી રાખવો જોઇએ. પાકિસ્તાન ખાતે જે પણ હાલત રહે, ભારત એક લોકતાંત્રિક ધર્મનિરપેક્ષ રાષ્ટ્ર રહેશે જેમાં તમામ નાગરિકોને પૂર્ણ અધિકાર પ્રાપ્ત થશે તથા ધર્મના આધાર પર ભેદભાવ રાખ્યા વિના બધાને રાજ્ય

તરફથી સંરક્ષણનો અધિકાર પ્રાપ્ત થશે.

કોંગ્રેસ દ્વારા આશ્વાસન આપવામાં આવ્યું કે તે અલ્પસંખ્યકોના નાગરિક અધિકારો પર કોઈપણ અતિક્રમણના વિરુદ્ધ દરેક શક્ય રક્ષણ આપવા પ્રયત્નશીલ રહેશે. આમ ખરેખર આ આંદોલન થી જ આપણી આઝાદી નો માર્ગ સરળ બન્યો હતો. આમાં અનેક લૂ ના બલિદાનો છે, જેમાં ગણા જાણીતા અને ગણા અજાણ્યા શહીદો નો ફાળો છે જેના ઉપર હાજ પણ સંશોધન કરવાની જરૂર છે આવો મારો મત છે.

સંદર્ભ :વિકિપીડિયા , ભારત નો ઇતિહાસ , વિવિધ અખબારી અહેવાલો અને વિવિધ લેખકો ના બ્લોગ અને લેખ આધારિત માહિતી

2
ગાંધીજી ના અનુભવજન્ય શિક્ષણના વિચારો

ગાંધી બાપુએ કહ્યું છે કે, 'મસ્તક, હૃદય અને શરીર, આ ત્રણેનો સમન્વય થાય ત્યારે જ શિક્ષણ પૂર્ણતા તરફ દોરી જાય છે.' શિક્ષણ મનુષ્યને જીવવાની કલા શીખવે છે. શિક્ષણ એટલે અક્ષરજ્ઞાન નહીં પણ શિક્ષણ એટલે અક્ષયજ્ઞાન. એ માનવજીવનને સંસ્કારે છે. . ૧. આરોગ્ય શિક્ષણ. "નઈ તાલીમ સફાઈ સે શુરુ હોતી હૈ" સૂત્ર પ્રચલિત બન્યું. ૨. રાષ્ટ્રભાષા હિન્દીનું શિક્ષણ. ૩. સહશિક્ષણ ૪. ચારિત્ર્ય ઘડતર અને ૫. છાત્ર નિવાસ સાથેનું શિક્ષણ.

વર્ગ શિક્ષણકાર્ય દરમ્યાન બાળકોને ચાર દિવાલો અને કડક શિસ્ત વચ્ચે ગોંધી રાખવા યોગ્ય નથી. આ વિધાન સાથે લગભગ બધાં જ સહમત હોવા છતાં તેમ થતું નથી. અભ્યાસક્રમનાં મુદ્દાને અનુરૂપ વાતાવરણ પસંદ કરવામાં આવે તો શીખવનાર અને શીખનાર બંનેના વિચાર મુદ્દા પર કેન્દ્રિત થાય અને પરિણામ સારું જ મળે ! વનસ્પતિ જગત સાથે જોડાયેલો કોઈ વિષય યા મુદ્દો હોય, શાળામાં ભરપૂર ગ્રીન પર્યાવરણ હોય એવા સમયે વિજ્ઞાનશિક્ષક ચાર નિર્જીવ દિવાલો વચ્ચે શુષ્ક, અ પર્યાવરણ શિક્ષણ એક મહત્ત્વનો મુદ્દો છે.આ માટે દરેક રાજ્યો

ને સર્વોચ્ચ અદાલતે માર્ગદર્શન આપ્યું છે જેમાં વિવિધ ગાંધીજી ના વિચારો આધારિત પુસ્તકો અને માહિતી નો ઉપયોગ કરવામાં આવ્યો છે જેની નોંધ લેવા વિનંતી છે , મેં એક માહિતી જ આપી છે જેની નોંધ લેશો .

પ્રાથમિક શિક્ષણના શરૂઆતના વર્ષોમાં બાળક પોતાના સ્થાનિક પર્યાવરણ જ્ઞાન અને વ્યક્તિગત અનુભવો સાથે શાળામાં આવે છે. આ જ્ઞાનને સાંકળીને બાળકને અનુભવો મળે તેવી પ્રવૃતિઓનો અહીં સમાવેશ કરવામાં આવ્યો છે. આ પ્રવૃત્તિઓ દ્વારા બાળક ચિત્રકામ, વાચન, લેખન અવલોકન અને અન્ય પર્યાવરણ શિક્ષણને લાગતી પ્રવૃત્તિઓ કરશે. ચોક્કસ હેતુના પરિચય અને દૃઢીકરણની પ્રવૃતીઓ જ છે. તેમાં બાળકોની વૈયક્તિક ભિન્નતાઓ ધ્યાનમાં રખાઇ છે.

છેલ્લા એક દાયકાથી ગુજરાતમાં પ્રવૃત્તિ લક્ષી શિક્ષણ થતું જ આવ્યું છે. આ પ્રવૃત્તિઓ ધ્વારા શીખવવાનો એક અભિગમ છે.પ્રવૃત્તિ ધ્વારા શીખવવાની પ્રક્રિયા થતી હતી.આ પ્રવૃત્તિ ને આધારે કોઈ ચર્ચા કે જ્ઞાન સર્જન સંદર્ભે કોઈ ચકાસણી થતી ન હતી.આ પ્રકારની પ્રવૃત્તિ કે પ્રક્રિયા માત્ર શારીરિક શ્રમ બની જાય છે.આ રીતે શીખવતી વખતે ઓછા પ્રમાણમાં શીખવા શીખવવાની પ્રક્રિયા થતી હોય છે. હવે એક નવીન અભિગમ સાથે આપને નવીન શૈક્ષણિક અભિગમથી પરિચિત થઇ રહ્યા છીએ. આ અભિગમમાં જોઈએ તો...

E(Exprence) વિદ્યાર્થીઓના પોતાના અનુભવ ને આધારે કરી શકે તેવી પડકાર જન્ય બાબતો.R(Reflecation) વિદ્યાર્થીઓ ને આપેલ અનુભવ ને આધારે ચર્ચા,પ્રશ્નોત્તરી,તુલના,વિશ્લેષણ વગેરે બાબતો.A(Application)વિદ્યાર્થીઓ ધ્વારા કરેલ પ્રવૃત્તિઓ ને આધારે ફરીથી થોડા ફેરફાર સાથે પ્રવૃત્તિ કરી શકાય તેવી બાબતો.C(Consolitation)વિદ્યાર્થીઓ પ્રવૃત્તિઓ ધ્વારા શું વિગત જાણી શક્યા તે વિગતની સમજ ની ચકાસણી કરી શકાય તેવી બાબતો.આ અભિગમ શીખવા અને શીખવવાની સતત ચાલતી પ્રક્રિયા છે.આ પ્રવૃત્તિના તાર્કિક ક્રમથી શીખવવાનું અને સતત શીખતી વખતે પૂર્વાનુભને આધારે સતત જીવંત અને સહજ રીતે શીખવી શકાય છે.

અવલોકન :પર્યાવરણ શિક્ષણમાં અવલોકન એ ખૂબ જ મહત્વ ધરાવે છે.અવલોકનને આધારે વિદ્યાર્થીના જ્ઞાન ને યોગ્ય રીતે વિકસાવી શકાય છે.આસપાસનું અવલોકન કરવાથી નવા હેતુઓ તરફ વિદ્યાર્થી ને સહજ રીતે લઇ જઈ શકાય છે.

અનુભૂતિ:અવલોકના આધારે વિદ્યાર્થી તે બાબતે વિચારે અને તેને ચોક્કસ અનુભૂતિ થાય તોજ પર્યાવરણ શિક્ષણ મહત્વનું અને અસરકારક રીતે થઇ શકે.આ માટે અવલોક ને આધારે અનુભૂતિ થાય તે અપેક્ષા રહેલી છે.

સંવેદના:વિદ્યાર્થીના અવલોકન અને અનુભૂતિ ને આધારે વિદ્યાર્થીમાં સંવેદના ઉત્પન થાય છે.આ સંવેદના ધ્વારા વિદ્યાર્થીના મનો જગતમાં પર્યાવરણ પ્રેમ અને તેણે આધારે પર્યાવરણના સંવર્ધન અને સંરક્ષણ માટેની સંવેદના કેળવાય છે.

વલણ:વિદ્યાર્થીના અવલોકન,અનુભૂતિ સંવેદના ને આધારે ચોક્કસ વલણ ઘડતર થાય છે.આ વલણ ઘડતર માટે યોગ્ય અવલોકન,અનુભૂતિ સંવેદના અને તેણે આધારે વલણ ઘડતર થાય છે.

શિક્ષણ ક્ષેત્રે ગાંધીજી હંમેશાં પ્રયોગવીર રહ્યા છે. આફ્રિકામાં સત્યાગ્રહની લડત શરૂ થઈ. દેશી સ્ત્રી-પુરુષોથી વિદેશીઓની જેલો ઊભરાવા લાગી. ગાંધીજીની સામે સવાલ ઊભો થયો- જેલમાં જનારાં ભાઈબહેનોનાં કુટુંબોનું શું? એમનાં બાળકોનાં શિક્ષણનું શું? ગાંધીજીએ બહુ દૂરંદેશીથી ટોલ્સટોય આશ્રમ અને ફિનિક્સ આશ્રમ સ્થાપ્યા.

ગાંધીજી 1915માં ભારત આવ્યા ત્યારે ભારતમાં અંગ્રેજી કેળવણી પુરબહારમાં ખીલેલી હતી. હજારો માઈલ દૂરથી મુઠ્ઠીભર અંગ્રેજો આ દેશ પર શાસન કરવા આવ્યા હતા. અહીંના લોકોની સહાય વિના એ રાજ્ય કેવી રીતે કરે? તેથી અંગ્રેજોએ કેળવણીની સંસ્થાઓ ઉઘાડી હતી. એમાં ભણીગણીને દર વર્ષે હજારોની સંખ્યામાં કારકુનો, તલાટીઓ, શિક્ષકો અને સર્વન્ટો બહાર પાડતા હતા. કેળવણી બાબુઓ તૈયાર કરતી હતી. એમાં કોઈ શાસ્ત્રીય વિચાર ન હતો. મહેનતના કામથી બાબુઓ ડરતા! સંકુચિત મનોદશામાં જીવવાની કેળવણી તેઓ પામતા હતા. દેશને નવા નવા નેતાઓ આ અંગ્રેજી કેળવણીએ જ દીધા હતા. તેઓ દેશની કરોડોની જનતાની ચિંતા કરનારા હતા. એમને એ

અંગ્રેજી કેળવણીમાં ઘણા દોષો દેખાતા હતા. એમણે પોતાની રીતે નવી વૈકલ્પિક કેળવણી અંગે વિચાર્યું.

ગાંધીજી માનતા કે, 'કેળવણી એટલે બાળક કે મનુષ્યનાં શરીર, મન અને આત્મામાં જે ઉત્તમ અંશો હોય તેનો સર્વાંગી વિકાસ સાધીને તેને બહાર આણવા. અક્ષરજ્ઞાન એ કેળવણીનું અંતિમ ધ્યેય નથી, તેમ તેનો આરંભ પણ નથી. હું તો બાળકની કેળવણીનો આરંભ તેને કંઈક ઉપયોગી હાથ-ઉદ્યોગ શીખવીને અને તેની કેળવણીનો આરંભ થાય તે ક્ષણથી એને કંઈક નવું સર્જન કરવાનું શીખવીને જ કરું.' 'ગાંધીજીનો અક્ષરદેહ' ભાગ 14માં પૃષ્ઠ 31 પર લખ્યા મુજબ ગાંધીજીનાં નીચેનાં વાક્યો ખૂબ મહત્ત્વનાં છે,–'વ્યાયામ શબ્દમાં રમતો ઈત્યાદિનો સમાવેશ કર્યો છે. તેનો ભાવ પણ પુછાયો નથી.

દેશી પદ્ધતિનો ત્યાગ થયો છે અને ટેનિસ, ક્રિકેટ ને ફૂટબોલનું સામ્રાજ્ય સ્થપાયું છે. આ ત્રણે રમતોમાં રસ છે એમ કબૂલ કરવામાં બાધ નથી. પણ જો આપણે પાશ્ચાત્ય વસ્તુઓથી મોહાઈ ન ગયા હોત તો આપણે એટલી જ રસિક, ખરચ વિનાની રમતો, જેવી કે ગેડીદડો, મોઈદાંડિયો, ખોખો, મગમાટલી, હુતુતુતુ, ખારોપાટ, નવ નાગેલીઓ, સાતતાળી વગેરેનો ત્યાગ ન કરત. કસરત જેમાં આઠે અંગને પૂરતી તાલીમ મળે છે અને જેમાં ઘણું રહસ્ય રહ્યું છે તેનો અને કુસ્તીના અખાડાનો લગભગ લોપ થઈ ગયો છે. જો કોઈ પાશ્ચાત્ય વસ્તુની નકલ કરવી યોગ્ય હોય તો 'ડ્રિલ'ની નકલ કરવા જેવું છે એમ મને લાગે છે

. એક મિત્રે ટીકા કરેલી કે આપણને ચાલતા આવડતું જ નથી....અને એકઠા થઈને રીતસર ચાલવાની તો મુદ્દલ ખબર નથી.હજારો માણસો તાલબંધ ચૂપકીથી ગમે તે દશામાં બબ્બે ચાર ચારની હાર બાંધી ચાલી શકે એ શક્તિ આપણામાં નથી આવી. આવી 'ડ્રિલ'નો કેવળ લડાઈમાં જ ઉપયોગ છે એવું કાંઈ નથી. ઘણાં પરોપકારી કામોમાં 'ડ્રિલ'નો ભારે ઉપયોગ થઈ શકે છે, જેમ કે આગ હોલવવામાં, ડૂબેલાને મદદ કરવામાં, માંદાને ડોળીમાં લઈ જવામાં 'ડ્રિલ' બહુ જ કીમતી સાધન છે. આમ આપણી શાળાઓમાં દેશી રમતો, દેશી કસરતો અને પાશ્ચાત્ય ડ્રિલ દાખલ કરવાની આવશ્યક્તા છે.'ગાંધીજી એક આર્ષદૃષ્ટા : ભૂતકાળના સાંસ્કૃતિક વારસાની વિશેષતા, વર્તમાનની વાસ્તવિકતા અને ભાવિના એંધાણ જે પારખે તે

આર્ષદૃષ્ટા કહેવાય. ગુલામી પહેલાં ભારતમાં ગામડે ગામડે, ઘેર ઘેર ઉદ્યોગ હતો. પ્રજા ઉદ્યમશીલ હતી.

સમૃદ્ધિનું સર્જન કરી ખાઘેપીધે સુખી હતી. ઘર ઘરનો ઉદ્યોગ બ્રિટિશ શાસનમાં મૃતઃપાય બનતાં પ્રજા આળસુ, વ્યસની, વહેમી, અજ્ઞાન અને ગરીબ થતી ગઈ. ગાંધીજી આ હાર્દ પામી ગયા. બીજું તત્ત્વ એ જોયું કે અંગ્રેજોના આગમનને ઘણાં વર્ષ પૂર્વે ભારતના પ્રજાજીવનમાં ધાર્મિક સંસ્કારના નામે 'સ્વચ્છતા' વ્યાપી હતી. પરિણામે વ્યક્તિ અને સમાજ, સુધડ હતા. સ્વચ્છતાનો ખ્યાલ દૂર થતાં પ્રજાજીવનમાં ગંદકી, રોગ વ્યાપક બન્યા, આરોગ્યના ધામ-શાં અને નંદનવન સમાં ભારતના ગામડાં ઉકરડા જેવા બન્યા.ત્રીજું તત્ત્વ ભારતીય ગ્રામ્ય જીવનમાં સંયુક્ત કુટુંબપ્રથાની સામે પારસ્પરિક આપ-લેની ભાવના હતી. પ્રજા જીવનમાં સહકાર, મદદ, સહાનુભૂતિ અને સ્વાર્પણની જ્યોત સદા ઝળહળતી હતી.

ગુલામીકાળમાં આ પ્રથા અને ભાવનાનો નાશ થયો. સમૂહ ભાવનાને બદલે વ્યક્તિવાદ ફાલ્યો-ફૂલ્યો. માનવ- માનવનું, મિત્ર-મિત્રનું અને ભાઈ-ભાઈનું ગળું કાપે એવો ભયંકર ઝેરી 'સ્વાર્થવાદ' જન્મ્યો. એક આર્ષદૃષ્ટા તરીકે ગાંધીજી આ વાત સમજી શક્યા. સર્વ દુઃખો, અજ્ઞાનતા, ગરીબાઈ દૂર કરવાના એકમાત્ર રામબાણ ઇલાજ તરીકે પોતાના જીવનભરના પ્રયોગોના નીચોડરૂપ 'બુનિયાદી શિક્ષણ'ના સિદ્ધાંતોની ભેટ આપી. એટલું જ નહીં, 'રાષ્ટ્રને આ મારી સવીત્તમ દેણગી છે' એમ કહીને 'નઈ તાલીમ'નું મૂલ્ય અનેક ગણું વધારી દીધું.બુનિયાદી કેળવણીનું હાર્દ : 'મારું જીવન એ જ મારો સંદેશ' એમ કહેનાર આ મહામાનવે વિચારમાં અને આચારમાં અનન્ય ઐક્ય સાધ્યું હતું. હકીકતમાં તો તેઓ નહોતા શિક્ષક કે નહોતા કેળવણીકાર! ભારતની શિક્ષણપ્રથાને ઘરમૂળમાંથી બદલી નાંખવાનો ક્રાંતિકારી વિચાર એમના મનમાં રાતોરાત આવ્યો ન હોતો. કોઈ આકસ્મિક ઘટના બની હોય અને ફળસ્વરૂપ શિક્ષણની પદ્ધતિનો દોષ દેખાયો હોય એવું પણ બન્યું નહોતું.

શેઠ અબ્દુલા માટે કેસ લડવા દક્ષિણ આફ્રિકા ગયેલા ગાંધીજીને વિશાળપાયે (સમષ્ટિગત) વકીલાત માટે ત્યાંના 'પ્રજાજીવનના અન્યાયના પ્રશ્નો' મળ્યા. એમાંથી અહિંસક સત્યાગ્રહનો જન્મ થયો.

જેલમાં ગયેલા આશ્રમવાસીઓના બાળકોના શિક્ષણની જવાબદારી તેમના શિરે આવી પડી. આ આર્ષદૃષ્ટા મહાપુરુષે 'વ્યક્તિના જીવનઘડતરમાં શિક્ષણનો શો ફાળો'? પ્રશ્ન પર ઊંડાણથી ચિંતા-ચિંતન-મનન કરતાં જે સત્ય ખોળી કાઢયું ,તે ભારત આવ્યા પછી લગભગ ૨૦ વર્ષે બુનિયાદી કેળવણીનું હાર્દ બન્યું. દક્ષિણ આફ્રિકામાં 'ફિનિકસ આશ્રમ' અને ટોલસ્ટોય ફાર્મમાં પ્રયોગો કર્યા : રસ્કિન, ટોલસ્ટોય અને શ્રીમદ્ રાજચંદ્રની જીવન ઉપયોગી વિચારસરણીની એમના જીવન પર ઊંડી છાપ હતી. તેનું પ્રતિબિંત તેમના શિક્ષણ વિચારોમાં ઝીલાયું છે. તેના ત્રણ મુખ્ય તત્ત્વોઃ ૧. બાળકને એની માતૃભાષા દ્વારા શિક્ષણ. ૨. અન્ન, વસ્ત્ર અને આવાસની જરૂરિયાતોને પોષે એવા શ્રમયુક્ત ઉદ્યોગ દ્વારા શિક્ષણ. ૩ શોષણવિહીન સમાજરચના માટે ઊંચ-નીચ, ગરીબ-તવંગર,સ્પૃશ્ય-અસ્પૃશ્યના ભેદ વિના તમામ સ્તરના બાળકોને સમૂહજીવન જીવવાની તક મળે તેવી છાત્રાલય યુક્ત શિક્ષણ વ્યવસ્થા.ગાંધીજીનું ચિંતન અને ચિંતા : દક્ષિણ આફ્રિકાથી વિજયી બની ભારત આવેલા ગાંધીએ પ્રથમ ભારત ભ્રમણ કર્યું.

વાસ્તવિક પરિસ્થિતિનો તાગ મેળવ્યો. દુઃખી-પીડિત પ્રજાનાં દુઃખ દારિદ્રયનો ઉકેલ શોધવા ચિંતન-મંથન કર્યું. એમને સમજાતું ગયું કે, પરદેશી હકૂમત નીચે કચડાઈ ગયેલી પ્રજા કેવળ ભૌતિક અને આર્થિક રીતે જ દિનહીન-કંગાળ નહોતી, સામાજિક અને સાંસ્કૃતિક દૃષ્ટિએ પણ પાંગળી અને નિર્માલ્ય હતી. એક કાળે પ્રજાજીવનમાં ઘેર ઘેર ગૃહઉદ્યોગો હતા, સહકારયુક્ત સમૂહજીવન હતું, ખુમારીભર્યું સ્વાવલંબીપણું હતું, તેનો ક્રમશઃ નાશ થતાં બેકારી, આળસ અને વ્યસનોની નાગચૂડમાં ભારતનું પ્રજાજીવન ભરખાં લઈ રહ્યું હતું.રોજી રળવા આવેલા શ્રમજીવીઓના આવાસોની બાજુમાં નરક જેવી પરિસ્થિતિ હતી.

એક બીજાને મદદરૂપ બનવાની ભાવનાનો શહેરી સંસ્કૃતિના યંત્રવત જીવનમાં છેદ મુકાઈ ગયો હતો. શાળા-મહાશાળાઓમાં શિક્ષણના નામે અપાતું પુસ્તકિયા જ્ઞાન કેવળ માહિતી હતી. નોકરી અને પદવી વચ્ચે એવો સંબંધ પ્રસ્થાપિત કરવામાં આવ્યો હતો કે,પદવી વગર નોકરી મળતી નહોતી. ચેનકેન પ્રકારેણ પદવી

મેળવવા વિદ્યાર્થી માહિતી ગોખી ગોખીને કંઠસ્થ કરતો હતો. પરીક્ષા આવ્યા પછી ગોખેલું ભૂલી જતો હતો. હાલના શિક્ષણની આ જ તાસીર છે.બુનિયાદી શિક્ષણની બુનિયાદ : ઈ.સ. ૧૯૩૭માં ગાંધીએ વર્ધા શિક્ષણ પરિષદમાં કેળવણીની યોજના રજૂ કરી. જે વર્ધા શિક્ષણના નામે જાણીતી થઈ. બુનિયાદી શિક્ષણ માત્ર અક્ષરજ્ઞાન નહીં, પણ શરીર, મન અને આત્માનો સમતુલિત વિકાસ કરતી કેળવણી.

જીવન દ્વારા જીવન પર્યંતની કેળવણી. ઉત્પાદક શ્રમ દ્વારા કેળવણી આપવાની યોજના એટલે બુનિયાદી શિક્ષણ, ઉદ્યોગ, સ્વચ્છતા, સમૂહજીવન અને સમવાયના ચાર પાયાવાળી તાલીમ તે બુનિયાદી શિક્ષણ. શિક્ષણની બુનિયાદરૂપે ૫ મૂળ સિદ્ધાંતોનો જન્મ થયો. ઉપરોક્ત તમામ તાલીમ ના પાસાઓ નો ઉપયોગ કરીને ઉપરોક્ત તમામ તાલીમ ના પાસાઓ નો ઉપયોગ કરીને આ ઉદ્યોગ/પ્રવૃતીની પસંદગી કરી છે .

આ ઉદ્યોગ/પ્રવૃતી દ્વારા તમામ જીવન ઉપયોગી વિષયો નું જ્ઞાન બાળકોને આપી શકાય છેઅને તેને હાલના ટેક્નોલોજી અને ઈન્ટરનેટ ના ઉદાહરણ સાથે જોડી શકાય છે કારણ કે હાલ તમામ સોફ્ટવેર અને હાર્ડવેર . હાલના અભ્યાસક્રમ પ્રમાણે માતૃભાષા અને તેને અનુરૂપ જ્ઞાન અને તેના ઉપયોગ પ્રમાણે એ લર્નિંગ અભ્યાસક્રમ માં જોડી શકાય છે .તેમા શ્રમનુ મહત્વ છે અને તેના આધારે જ્ઞાન અને વિષય નો ઉપયોગ કરી શકે છે બાળક. આ ઉદ્યોગ/પ્રવૃતી થી આર્થિક ઉપાર્જન થઈ તેમ છે , હોમમાં તો વર્ક પ્રમાણે કામ કરી શકે છે . આ પ્રવૃતી પર્યાવરણ કે સમાજને ઉપયોગી છે કારણકે આનાથી કોઈ પણ જાતનું પ્રદૂષણ ફેલાતું નથી અને સ્વચ્છતા અને નિર્લેપતાના ગુણ પ્રાપ્ત થાય છે.

સંદર્ભ સૂચિ:

ગાંધી, એમ. કે. (૧૯૯૭). મારા સત્યનાં પ્રયોગો, અમદાવાદ: નવજીવન પ્રકાશન મંદિર.જાડેજા, ડૉ. રાજેન્દ્રસિંહ અને જોષી, ડૉ. પિયુષ, સાહિત્ય શિક્ષણ, વલ્લભ વિદ્યાનગર: એચ. એમ. પટેલ ઇન્સ્ટીટયુટ ઓફ ઇંગ્લીશ ટ્રેનીંગ એન્ડ રિસર્ચ.મુકાલેલ, જોસેફ સી. (૧૯૯૭). ગાંધીયન એજ્યુકેશન, નવીદિલ્હી: ડિસ્કવરી પબ્લીશીંગ હાઉસ.શર્મા, ડૉ. આર. એન. (૧૯૯૭). ફિલોસોફી એન્ડ સોસીઓલોજી

ઓફ઼ એજ્યુકેશન. દિલ્હી: સુરજીત પબ્લિકેશન્સ.

3
જલિયાંવાલા બાગ નો નરસંહાર ઇતિહાસ

મિત્રો આપણી યુવા પેઢી આ જ્ઞાન ને હંમેશ યાદ રાખે એટલેજ આ લેખ में લખ્યો છે. ભારત પોતાની આઝાદી નો અમૃત મહોત્સવ ઉજવે છે, ત્યારે આ લેખ નું મહત્વ વધી જાયછે જે ભારત ની આઝાદી માં એક કાળો ધબો છે બ્રિટિશ સરકાર ઉપર જેની માફી આજ સુધી કોઈએ માંગી નથી જે એક ચિંતાનો વિષય છે .અને તે પ્રસંગ છે જલિયાંવાલા બાગ નો નરસંહાર જે એપ્રિલ ની ૧૩ તારીખે થયો હતો.

આમ તો આ વાત નો ઇતિહાસ આપણે સૌ જાણીએ છીએ પણ ફરી પાછો એક વાર તેનું પુનરાવર્તન કરી લઈએ અને જે નિદોષ લોકો શહીદ થયા હતા તેને આ લેખ થી શબ્દાંજલિ આપીએ . આ વાત ને ૧૦૨ વર્ષો પુરા થયા છે ત્યારે આ હાહાકાર રૂપી બનાવ ને એક વાર યાદ કરી લઈએ ..અમૃતસરના સુવર્ણ મંદિર નજીકનો નાનકડો બગીચો જલિયાંવાલા બાગ ભારતના સ્વતંત્રતા સંગ્રામના ઇતિહાસમાં એક અનોખુ સ્થાન ધરાવે છે. 13 એપ્રિલ 1919ના દિવસે બ્રિગેડીયર જનરલ રેજીનોલ્ડ ડાયરેના નેતૃત્વમાં અંગ્રેજી હુકૂમતના સૈનિકોએ ગોળીઓ ચલાવીને નિશસ્ત્ર, શાંત એવાં અબાલ-વૃદ્ધ અને બાળકો સહીત સેંકડો લોકો પર ગોળીઓ ચલાવી હતી.

આ ગોળીબારમાં ઘણાં લોકો માર્યા ગયા હતા અને હજારો લોકો ઘાયલ પણ થયા હતા. જો કોઈ એક ઘટનાએ ભારતીય સ્વતંત્રતા સંગ્રામમાં સૌથી વધારે પ્રભાવ પાડયો હતો, તો તે ઘટના આ જધન્ય અને નિર્મમ હત્યાકાંડ છે. આજે પણ કોઈ સત્તાના દમનકારી વલણની ઘટના કે હત્યાકાંડ થાય છે, તો તેને જલિયાંવાલા હત્યાકાંડ સાથે સરખાવી દેવામાં આવે છે. 13 એપ્રિલ, 1919નો દિવસ બૈશાખીનો દિવસ હતો. બૈશાખીના દિવસે આખા પંજાબ અને આસપાસના પ્રદેશોમાં ખેડૂતો રવિ પાક કાપીને નવા વર્ષની ખુશીઓ મનાવતા હોય છે.

13 એપ્રિલ, 1699ના દિવસે શીખોના દસમા ગુરુ ગોવિંદસિંહ ખાલસા પંથની સ્થાપના કરીને લોકોને અન્યાય અને અત્યાચાર સામે માથું ન ઝુકાવવાની હાકલ કરી હતી. તેના કારણે પંજાબ અને આસપાસના પ્રદેશોમાં બૈશાખી સૌથી મોટો તહેવાર છે અને શીખો તેને સામૂહિક જન્મદિવસના રૂપમાં ઉજવે છે. અમૃતસરમાં તે દિવસે એક મેળો સેંકડો વર્ષોથી યોજાતો હતો, તેમાં તે દિવસે પણ હજારો લોકો દૂર-દૂરના સ્થાનો પરથી ખુશીઓ વહેંચવા આવ્યા હતા..અંગ્રેજ હુક્મતનું દમનકારી વલણ 1857ના પ્રથમ સ્વતંત્રતા સંગ્રામ બાદ શરૂ થઈ ચુક્યું હતું. તેમ છતાં ભારતે પ્રથમ વિશ્વ યુદ્ધમાં બ્રિટિશ હુક્મતનો ખુલીને સાથ આપ્યો હતો. પ્રથમ વિશ્વ યુદ્ધની સમાપ્તિએ આશા હતી કે ભારત સાથે બ્રિટિશ શાસન નરમાશથી વર્તશે. પરંતુ લોકોની ભાવનાથી વિપરીત બ્રિટિશ સરકારે મોન્ટેગૂ-ચેમ્સફર્ડ સુધારા લાગુ કરી દીધા.

પ્રથમ વિશ્વ યુદ્ધ વખતે પંજાબના ક્ષેત્રોમાં બ્રિટિશરો સામે વિરોધ કંઈક વધારે પ્રમાણમાં સપાટી પર આવ્યો હતો. તેને દબાવવા માટે ભારત પ્રતિરક્ષા કાયદો (1915) લાગુ કરીને કચડી નાખ્યું હતું. ત્યાર બાદ 1918માં એક બ્રિટિશ જજ સિડની રોલેટની અધ્યક્ષતામાં એક સમિતિની નિમણૂક કરવામાં આવી હતી. આ સમિતિની જવાબદારી ભારતમાં ખાસ કરીને પંજાબ અને બંગાળમાં બ્રિટિશરોનો વિરોધ કઈ વિદેશી શક્તિઓની સહાયતાથી થઈ રહ્યો હતો, તેનું અધ્યયન કરવાની હતી. આ સમિતિના સૂચનો પ્રમાણે, ભારત પ્રતિરક્ષા કાયદાનો વિસ્તાર કરીને રોલેટ એક્ટ લાગુ કરી દેવામાં આવ્યો હતો.

રોલેટ એક્ટનો હેતુ આઝાદી માટે ચાલી રહેલા આંદોલન પર રોક લગાવવાનો હતો.

રોલેટ એક્ટના કાળા કાયદા પ્રમાણે, સરકારને વધારે અધિકાર આપવામાં આવ્યા હતા. તેમાં તેઓ પ્રેસ પર સેન્સરશીપ લગાવી શકે, નેતાઓને કેસ વગર જેલમાં રાખી શકે, લોકોને વોરંટ વગર પકડી શકે, તેમના પર વિશેષ ટ્રિબ્યૂનલો માં જવાબદેહી વગર ચુકાદા ચલાવી શકતા હતા.

રોલેટ એક્ટ તે સમયે બ્રિટિશ હુકૂમતની દમનકારી નીતિઓનું વાહક બની ગયો હોવાથી તેની સામે વિરોધનું વાતાવરણ બની ગયું હતું. તેને કાળા કાયદા તરીકે ઓળખવામાં આવતો હતો અને લોકો તેના વિરોધમાં ધરપકડ વ્હોરી રહ્યાં હતા. ગાંધીજી ત્યારે દક્ષિણ આફ્રિકાથી ભારત આવી ચુક્યા હતા અને ધીમેધીમે તેમની લોકપ્રિયતા વધી રહી હતી. તેમણે રોલેટ એક્ટના વિરોધનું આહ્વાન કર્યું હતું. તેને કચડવા માટે બ્રિટિશ સરકારે વધુ નેતાઓ અને લોકોની ધરપકડ કરી હતી. જેનાથી જનતાનો આક્રોશ વધ્યો હતો અને લોકોએ રેલવે તથા તાર-ટપાલ સેવાઓને બાધિત કરી હતી.

આંદોલન એપ્રિલના પ્રથમ સપ્તાહમાં તેના ચરમ પર પહોંચ્યું હતું. લાહોર અને અમૃતસરની સડકો પર માનવ મહેરામણ ઉમટેલો રહેતો હતો. લગભગ 5 હજાર લોકો જલિયાંવાલા બાગમાં ભેગા થયા હતા. બ્રિટિશ સરકારના ઘણાં અધિકારીઓ તેને 1857ની ક્રાંતિ અને તેમની દ્રષ્ટિએ વિપ્લવના પુનરાવર્તન જેવી પરિસ્થિતિ લાગી રહી હતી. તેને ન થવા દેવા અને કચડવા માટે તેઓ કંઈપણ કરવા માટે તૈયાર હતા.

આંદોલનના બે નેતાઓ સત્યપાલ અને સૈફુદ્દીન કિચલુની ધરપકડ કરીને કાળાપાણીની સજા આપવામાં આવી હતી. 10 એપ્રિલ, 1919ના રોજ અમૃતસરના ઉપ-કમિશનરના ઘર પર આ બંને નેતાઓને મુક્ત કરવાની માગણી રજૂ કરવામાં આવી હતી. તે વખતના ઉકળાટભર્યા વાતાવરણમાં 5 યૂરોપીય નાગરીકોની હત્યા થઈ હતી. તેના વિરોધમાં બ્રિટિશ સિપાહીઓએ ભારતીય જનતા પર અંધાધૂંધ ગોળીબાર કરીને 8થી 20 ભારતીયોને મોતને ઘાટ ઉતારી દીધા હતા. આગામી બે દિવસ દરમિયાન અમૃતસર તો શાંત રહ્યું હતું. પરંતુ પંજાબના અન્ય ક્ષેત્રોમાં હિંસા ફેલાઈ ગઈ હતી અને અન્ય

3 યૂરોપીય નાગરીકોની હત્યા થઈ હતી. આ પ્રકારની પરિસ્થિતિને કચડવા માટે પંજાબના મોટાભાગના વિસ્તારમાં માર્શલ લૉ લાગુ કરી દીધો હતો.

બૈશાખીના દિવસે ના રોજ અમૃતસરના જલિયાંવાલા બાગમાં એક સભા રાખવમાં આવી હતી. તેમાં કેટલાંક નેતાઓ ભાષણ આપવાના હતા. શહેરમાં કર્ફ્યૂ લાગેલો હતો. તેમ છતાં તેમાં સેંકડો લોકો એવા પણ હતા કે જે બૈશાખી જોવા માટે પરિવાર સાથે મેળો જોવા આવ્યા હતા અને શહેર જોવાં આવ્યા હતા. તેઓ પણ સભાની ખબર સાંભળીને સભા સ્થળ તરફ જઈ રહ્યાં હતા. જ્યારે નેતા બાગમાં પડેલા ઉંચાણવાળા સ્થળે ભાષણ આપી રહ્યાં હતા. ત્યારે બ્રિગેડીયર જનરલ રેજીનોલ્ડ ડાયર 90 બ્રિટિશ સૈનિકો સાથે લઈને ત્યાં પહોંચી ગયા હતા. તેમના બધાંના હાથમાં ગોળીઓ ભરેલી રાયફલ હતા. નેતાઓએ સૈનિકોને જોયા, તો તેમણે ત્યાં ઉપસ્થિત લોકોને શાંતિથી બેસી રહેવા કહ્યું હતું.

સૈનિકોએ બાગને ઘેરીને કોઈપણ ચેતવણી આપ્યા વગર નિશસ્ત્ર લોકો પર ગોળીબાર કરવાના શરૂ કરી દીધા હતા. 10 મિનિટમાં કુલ 1650 રાઉન્ડ ગોળીઓ ફાયર થઈ હતી. જલિયાંવાલા બાગ તે સમયે મકાનો પાછળ ખાલી પડેલું એક મેદાન હતું. ત્યાં સુધી જવા અને આવવા માટે એક માત્ર સાંકડો રસ્તો હતો અને ચારે તરફ મકાનો હતા. ભાગવા માટે કોઈ રસ્તો ન હતો. કેટલાંક લોકો જીવ બચાવવા માટે મેદાનમાં રહેલા એકમાત્ર કુવામાં કૂદી ગયા, પરંતુ જોત જોતાંમાં તે કુવામાં લાશોનો ઢગલો થયો હતો.

જલિયાંવાલા બાગના હત્યાકાંડ બાદ ત્યાં રહેલા કૂવામાંથી 120 લાશો કાઢવામાં આવી હતી. શહેરમાં કર્ફ્યૂ લગાવામાં આવ્યો હતો. જેના કારણે ઘાયલોને સારવાર માટે પણ ક્યાંય લઈ જઈ શકયા ન હતા. લોકો સારવારના અભાવમાં તડપીને જીવ આપી રહ્યાં હતા. અમૃતસરના ડેપ્યુટી કમિશનરના કાર્યાલયમાં 484 શહીદોની યાદી છે. જ્યારે જલિયાંવાલા બાગમાં કુલ 338 શહીદોની યાદી છે. બ્રિટિશ સરકારનો અભિલેખ આ ઘટનામાં 379 લોકોના મોત અને 200 લોકોના ઘાયલ થવાની વાતનો સ્વીકાર કરે છે. તેમના જણાવ્યા પ્રમાણે, માર્યા ગયેલાઓમાં 337 પુરુષો, 41 કિશોરો અને એક 6

માસના બાળકનો સમાવેશ થતો હતો.

અનાધિકારીક આંકડા પ્રમાણે, 1000થી વધારે લોકો માર્યા ગયા હતા અને 2000થી વધારે લોકો ઘાયલ થયા હતા.મુખ્યમથકે પાછા ફરીને બ્રિગેડિયર જનરલ રેજીનાલ્ડ ડાયરે પોતાના વરિષ્ઠ અધિકારીઓને ટેલિગ્રામ કરીને કહ્યું હતું કે તેમના પર ભારતીયોની એક ફૌજે હુમલો કર્યો હતો. તેમાં બચવા માટે તેમને ગોળીબાર કરવા પડયા હતા. બ્રિટિશ લેફ્ટનન્ટ ગવર્નર માયકલ ઓ ડાયરે તેના જવાબમાં બ્રિગેડિયર જનરલ રેજીનોલ્ડ ડજાયરને ટેલિગ્રામ કરીને કહ્યું હતું કે તેણે યોગ્ય પગલું લીધું છે. તેઓ તેના નિર્ણયને અનુમોદન આપે છે. ત્યાર વાઈસરોય ચેમ્સફર્ડની સ્વીકૃતિ બાદ અમૃતસર અને અન્ય ક્ષેત્રોમાં માર્શલ લોલગાવીદેવામાંઆવ્યોહતો.આ જઘન્ય હત્યાકાંડની દુનિયાભરમાં આકરી ટીકા થઈ હતી. તેના દબાણમાં ભારતના સેક્રેટરી ઓફ સ્ટેટ એડવિન મોન્ટેગૂએ 1919ના અંતમાં મામલાની તપાસ માટે હંટર કમિશનની નિમણૂક કરી હતી.

કમિશન સામે બ્રિગેડીયર જનરલ ડાયરે સ્વીકાર્યું હતું કે જલિયાંવાલા બાગમાં ગોળીબાર કરીને લોકોને મારી નાખવાનો નિર્ણય તેણે ત્યાં જતાં પહેલા જ કર્યો હતો. તે ત્યાં લોકોને મારી નાખવા માટે બે તોપો પણ લઈ ગયો હતો. પરંતુ રસ્તો સાંકડો હોવાથી તેને બહાર જ રાખવીપડીહતી.હંટર કમિશનના રિપોર્ટ બાદ જનરલ ડાયરને બ્રિગેડીયર જનરલમાંથી કર્નલ બનાવી દેવામાં આવ્યો હતો. તેને અક્રિય અધિકારીઓની યાદીમાં રાખવામાં આવ્યો હતો. તેને ભારતમાં પોસ્ટ ન આપવાનો નિર્ણય કરાયો હતો અને તે સ્વાસ્થ્યના કારણોથી બ્રિટન પાછો ફર્યો હતો.

બ્રિટનના હાઉસ ઓફ કોમન્સે જલિયાંવાલા બાગ હત્યાકાંડની નિંદા કરીને પ્રસ્તાવ પારીત કર્યો હતો, પરંતુ હાઉસ ઓફ લોર્ડ્સે તેના વખાણ કરતો પ્રસ્તાવ પારીત કર્યો હતો. વિશ્વવ્યાપી નિંદાના દબાણમાં બાદમાં બ્રિટિશ સરકારે તેનો નિંદા પ્રસ્તાવ પારીત કર્યો અને 1920માં જનરલ ડાયરે રાજીનામું આપવું પડયું હતું. 1927 માં જનરલ ડાયરનું કુદરતી મૃત્યુ થયું હતું.

ગુરુદેવ રવિન્દ્રનાથ ટાગોરે આ હત્યાકાંડના વિરોધમાં નાઈટહુડનો ખિતાબ પાછો આપી દીધો હતો. આઝાદી માટે લોકોના જોશમાં આવી

ઘટનાથી પણ કોઈ ઓટ આવી ન હતી. જલિયાંવાલા બાગ હત્યાકાંડ બાદ લોકોમાં આઝાદીની આકાંક્ષા વધવા લાગી હતી. આ હત્યાકાંડની ખબર તે વખતના અપૂરતાં સંચાર સાધનો છતાં જંગલમાં આગની જેમ દેશભરમાં ફેલાઈ ગઈ હતી. જલિયાંવાલા હત્યાકાંડ બાદ પણ લોકોની આઝાદી માટેની ચાહત જોઈને ગાંધીજીએ 1920માં અસહયોગ આંદોલનની શરૂઆત કરીહતી.જ્યારે જલિયાંવાલા હત્યાકાંડ થઈ રહ્યો હતો, ત્યારે તે સમયે સરદાર <u>ઉધમસિંહ</u> ત્યાં હાજર હતા અને તેમને પણ ગોળી વાગી હતી.

તેણે નક્કી કર્યું હતું કે તેઓ આ જઘન્ય હત્યાકાંડનો બદલો લેશે. 13 માર્ચ, 1940ના રોજ તેમણે લંડનના કેક્સટન હોલમાં ઘટના સમયે બ્રિટિશ લેફ્ટનન્ટ ગવર્નર માયકલ ઓ ડાયરને ગોળી મારીને ઠાર કર્યો હતો. ઉધમ સિંહને 31 જુલાઈ, 1940ના રોજ ફાંસીએ ચઢાવી દેવામાં આવ્યા હતા .જલિયાંવાલા બાગના હત્યા કાંડે ત્યારે 12 વર્ષની ઉંમરના ભગત સિંહના વિચાર પર ઘેરો પ્રભાવ પાડયો હતો. તેની માહિતી મળતા જ ભગત સિંહ પોતાની શાળાએથી 12 માઈલ પગે ચાલીને જલિયાંવાલા બાગ પહોંચ્યા હતા અને અહીંની બલિદાની માટીને પોતાની સાથે ઘરે લઈ ગયા હતા. આ ભગતસિંહે પોતાના બે સાથીદારો સુખદેવ અને રાજગુરુ સાથે 23 માર્ચ, 1931ના રોજ ફાંસીના માંચડેચઢ્યા હતા તેની પાછળ શહીદ ઉધમસિંહ , ભગતસિંહ સુખદેવ , રાજગુરુ જેવા વીર અને શહીદો થીજ દેશ ને સાચી આઝાદી મળી હતી તેમનું બલિદાન કદી પણ ભૂલી જવાય તેવું નથી .

જય હિન્દ , વંદે માતરમ અને શહીદો અમર રહો તેવા નારાથી મારો આ લેખ પૂરોકરૂંછું. હજી પણ બ્રિટિશ ના બુદ્ધિજીવો ભારત માં આવીએ ને પોતાનો દોષ મને છે પણ માફી માંગવા તૈયાર નથી ખરેખર તો બ્રિટિશ સંસદે એક માફી નો પ્રસ્તાવ પાશ કરવો જોઈએ તેને બદલે હજી પણ રાબેતા મુજબ ભારત ના આંતરિક મામલામાં પોતાનું માથું મામર્યા કરે છે પણ સરકાર ની મજબૂત વિદેશ નીતિથી તેઓ નબળા પડે છે એ પણ એક સારી બાબત છે .મિત્રો અનેક અખબારો અને પુસ્તકો માં નામી અને અનામી લેખકો એ આ બનાવ ની સાચી વાતો લોકો સમક્ષ પ્રસ્તુત કરી છે તે સૌ ને મારા વંદન નહીંતર આ ઇતિહાશ આપણી સમક્ષ આવ્યો જ નહોત તે પણ એક

હકીકત છે

સંદર્ભ : ભારત નો ઇતિહાસ , વિવિધ અખબારી લેખો અને જલિયાંવાલા બાગ નો ઇતિહાસ ... .

4
શ્રેષ્ઠ શિક્ષક

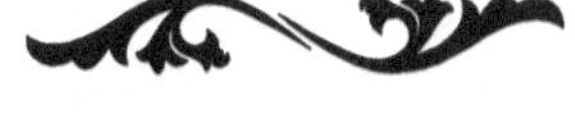

મિત્રો , કોઇક ને કોઇક ના જીવન મા શ્રેષ્ઠ શિક્ષક આવ્યા જ હસે ત્યારે મારા જીવન ના શ્રેષ્ઠ શિક્ષક શાળાના અને કોલેજ ના યાદ આવે છે .અનેક શ્રેષ્ઠ શિક્ષકોએ મારુ જીવન ઉજાગર કર્યુ છે, ત્યારે આ મારો નાનો લેખ આ શ્રેષ્ઠ શિક્ષકો ને અર્પણ છે. મારે મન શ્રેષ્ઠ શિક્ષક એટલે અંત:સ્ફુરણા, નિષ્ઠા અને સંવાદિતા ત્રણે ગુણ ધરાવતો હોવો જોઇએ. આ ગુણ તેના ઉત્સાહમાંથી જન્મે છે અને ઉત્સાહનું મૂળ આંતરિક પ્રસન્નતામાં હોય છે.

જ્યાં આંતરિક પ્રસન્નતા ન હોય ત્યાં ઉત્સાહ ન હોય. ઉત્સાહ ન હોય ત્યાં અંત:સ્ફુરણા, નિષ્ઠા કે સંવાદિતા ન હોય. શિક્ષકો પણ આખરે સંઘર્ષપૂર્ણ જીવન જીવતા માનવીઓ છે. કોઈ પણ વ્યવસાય રસપ્રદ હોય કે પડકારરૂપ, એક વખત રોજિંદો ક્રમ થઈ જાય પછી કંટાળાની લાગણી પકડે છે. શિક્ષણનો વ્યવસાય પણ આમાં અપવાદરૂપ નથી.

કેળણીકારોએ પોતાના માટે અને તેમના વિદ્યાર્થીઓ માટે સતત જાગૃત અને સક્રીય રહેવાનો રસ્તો શોધવો જરૂરી છે.. શ્રેષ્ઠ શિક્ષક આમાથી ક્યારેક અપવાદ બને છે.

શ્રેષ્ઠ શિક્ષક એટલે વર્ડઝવર્થે કહ્યું તે પ્રમાણે "બાળક એ મનુષ્યનો પિતા છે" તેનું તાત્પર્ય એ છે કે બાળકો તેઓની આસપાસની દરેક વસ્તુને તેઓ બાળસહજ કુતૂહલતા નિરખે છે કારણકે તેઓ મોટાઓ વડે પ્રભાવિત થતા નથી. આ વાતને મનમાં રાખીને વિદ્યાર્થીઓને એવું

વાતાવરણ પૂરું પાડતો હોવો જોઈએ કે જ્યાં તેઓ વિચારોથી અને માહિતીથી સમૃદ્ધ બને અને તેમના મુદ્દાઓને અવરોધ, ચુકાદા કે ટીકા ભય વગર વહેંચી શકે છે.

શ્રેષ્ઠ શિક્ષક એટલે પ્રશ્નો પૂછવા માટે બાળકોને પ્રોત્સાહિત કરતો હોવો જોઈએ.. વિદ્યાર્થીઓ માટે, તેઓના શિક્ષક હંમેશા સાચા જ હોય છે અને તેમાં તેઓ અડગ વિશ્વાસ મૂકે છે. આ અકળ વિશ્વાસને કારણે તેઓ શિક્ષક કહેશે તેમ હકીકતનો સ્વીકાર કરશે. શિક્ષક વિદ્યાર્થીઓને જવાબો આપવા પ્રોત્સાહિત કરતો હોવો જોઈએ.

શ્રેષ્ઠ શિક્ષક એટલે નૈતિકતા વધારનાર, વિદ્યાર્થીઓ પોતાનામાં વિશ્વાસ રાખતા કરનાર અને તેનાં પ્રયત્નોને વખાણનાર હોવો જોઈએ તે પ્રયાસ ભલે ગમે તેટલો નાનો કે ક્ષુલ્લક હોય. શિક્ષકની હકારાત્મક કે નકારાત્મક માન્યતાઓ, તેમના મન પર ગજબની અસર કરે છે. શિક્ષક વિદ્યાર્થીઓના અવાજને વાચા આપનાર, પ્રયત્નોને નિરખનાર, અને તેમના કાર્યમાં ફાળો આપતો હોવો જોઈએ.

એરિસ્ટોટલના શબ્દોમાં કહીએ તો શ્રેષ્ઠ શિક્ષક એટલે "કોઈ પણ કાર્ય કરતા પહેલા આપણે જાતે શીખવું પડે છે, તેમ પોતે જાતે પ્રત્યક્ષ કર્મ કરતો હોવો જોઈએ". શ્રેષ્ઠ શિક્ષક એટલે વિદ્યાર્થીઓને ક્વીઝ, રમતો, સિધ્ધાંત ચકાસનારા પ્રયોગો અને નાટક જેવી ક્રિયા-પ્રતિક્રિયા કરનાર પ્રવૃતિમાં જોડનાર. ગોખણિયા ભણતર કરતા, તેઓના પાઠ્યપુસ્તકના જ્ઞાનને જ દોહરાવનાર વિદ્યાર્થીઓ પોતાની ક્ષમતા બતાવનાર હોવો જોઈએ.

શ્રેષ્ઠ શિક્ષક એટલે વિદ્યાર્થીઓની એકાગ્રતાનો એકાંતનો ગાળો આપનાર હોવો જોઈએ તાત્કાલિક પ્રશ્નોત્તરી અથવા હળવી વાતો જેવી પ્રવૃતિઓના રૂપમાં તેમને નિયમિત ગૃહકાર્ય આપનાર હોવો જોઈએ. શ્રેષ્ઠ શિક્ષક એટલે વિદ્યાર્થીઓનો મૂડને સમજનાર હોવો જોઈએ.

જો વિદ્યાર્થીઓ ઉદાસીનતા અથવા ચિડચિડાપણું અનુભવતા હોય તો તેનેતરત જ સમજી જાય છે. વિદ્યાર્થીઓમાં હકારાત્મક વર્તન અને શક્તિ બહાર કાઢશે. વિદ્યાર્થીઓનો દૃષ્ટિકોણ શીખવવા પ્રત્યેના અભિગમને પ્રતિબિંબિત કરશે. વર્ગમાં તેઓના પ્રતિભાવ એ શ્રેષ્ઠ શિક્ષક નું પ્રગતિ પત્રક છે.

શ્રેષ્ઠ શિક્ષક એટલે ડૉ. રઈશ મનીઆર અનુસાર માત્ર પગાર, પેન્શન કે ગ્રૅચ્યુઈટી મેળવતો માટે શિક્ષક નથી. એક બાળકની આંખમાં મનગમતા શિક્ષક માટે જે આદર હોય છે એની કિંમત કોઈ પણ વેતન, પી.પી. એફ કે ગ્રૅચ્યુઈટી કરતાં વધારે હોય છે તેવી ઉમદા ભાવના રાખતો હોવો જોઇએ .

જો શિક્ષક પ્રસન્ન હશે તો વિદ્યાર્થી પણ પ્રસન્નતા પામશે. આ એક જ વાક્યમાં શિક્ષણની કળા, શિક્ષણનું વિજ્ઞાન અને શિક્ષણનું ગણિત છુપાયું છે. શ્રેષ્ઠ શિક્ષક એટલે એવોર્ડ વિજેતા નહિ પણ વિદ્યાર્થીઓ ના મન અને માન વિજેતા બને તેવો હોવો જોઇએ તોજ શ્રેષ્ઠ શિક્ષક : એવોર્ડ ઝળકે પ્રત્યેક પળે વાક્ય સાર્થક થાસે નહિતર બધુ બેકાર છે.

સંદર્ભ :શ્રેષ્ઠ શિક્ષક , વિકિપીડિયા , વિવિધ અખબારી અહેવાલો

5

મિત્ર

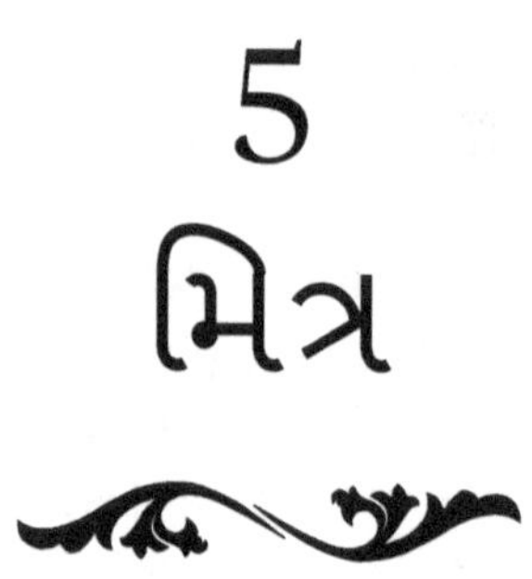

મિત્રો ટીવી મા એક જહેરાત આવે છે કે દરેક ના જિવન મા એક મિત્ર હોવો જોઇએ જ્યારે મારા જિવન મા અનેક મિત્રો છે તે મારી જીવન ભરની કમાણી છે.આપણે 'મિત્ર' શબ્દ થી તો પરિચિત છીએ જ મિત્રની પરિભાષા લેખ મા – અમિત પિસાવાડીયા જણાવે છે કે. 'મિત્ર એવો શોધવો જે ઢાલ સરીખો હોય, સુખમાં પાછળ પડી રહે અને દુ:ખમાં આગળ હોય' જીવનમાં આવો સાચા હૃદયનો મિત્ર મળવો એ તો સૌભાગ્યની વાત છે .મારો આ લેખ મારા તમામ મિત્રો ને અર્પણ છે
.

અનેક મારા મિત્રો છે જેમાં અમુક મારા હમઉંમર છે અને અમુક મારાથી પણ મોટા છે અને અમુક નાના પણ છે , ધણા ના નામો રહી ગયા છે પણ તેઓ પણ મિત્રો છે જે એક સત્ય વાત છે . આમાં બધા સારી જગ્યા ઉપર જોડાઇ ગયા છે પણ અમારી મિત્રતા તૂટી નથી જે એક મોટી વાત છે . .આમા ધણા મારા માટે આદર્શ મિત્રો છે. સંત તુલસીદાસે પણ કહ્યું છે કે, 'બિપતિકાલ કર સતગુન નેહા, શ્રુતિ કહ સંત મિત્ર ગુન એહા.' દુ:ખમાં પણ સાથ આપે તે મિત્રનો ગુણ છે.

મિત્રતા તો એક રેશમી ઋણાનુંબંધ છે. એક ઉત્તમ અનુભવ છે. મૈત્રી એ તો શીતળ-મધુર છાંયડો છે. જીવનમાં જેમ મા-બાપ અને ભાઈ-બહેનની જરૂર છે તેમ મિત્રની પણ જરૂર છે. મૈત્રી એ તો જીવનની મોટી સૌગાત છે. મિત્રતા કોની સાથે કરવી? ક્યારે કરવી? કેમ કરવી? અને

કોની સાથે ન કરવી? મિત્રો, તેનું કોઈ ગણિત નથી હોતું, કે તેની કોઈ વિશિષ્ટ તિથિ નથી હોતી. મિત્રતા તો ક્ષણવારમાં થઈ જાય છે. મિત્રતા તો હૃદયનો સંબંધ છે.લગ્ન વખતે સપ્તપદીનો, સાત ડગલાં વરવધૂ સાથે ચાલે એનો વિધિ હોય છે તે આ મૈત્રીના ઉદયના પ્રતીક રૂપે હોય છે.

લગ્ન અને મિત્રતા – માણસે વિકસાવેલી આ બધી કલાઓ સરખી છે ! શેક્સપિયરે કહ્યું કે, 'મૈત્રી એ બે ઉદ્દાત માણસોનું લગ્ન છે !' કવિવર શ્રી સુરેશ દલાલ કહે છે, 'મૈત્રી એ તો કલા છે.' શ્રી રામનારાયણ પાઠક ('શેષ') કહે છે, '.''જી રે પરણામ મારા, ભેરુઓને કહેજો રે, જેની સાથે ખેલ્યા જગમાં ખેલજી,ખાલીમાં રંગ પૂર્યા, જંગમાં સાથ પૂર્યા, હસાવી ધોવરાવ્યા અમારા મેલજી.'' મિત્ર એટલે મનથી અને હૃદયથી આપણી સાથે હોય. જીવનના તડકાં-છાયાની મોસમ પસાર થયા પછી જે ટકી રહે છે તે મૈત્રીનો વૈભવ છે. સાચી મિત્રતા એ તો જીવનમાં સાંપડેલી ધન્ય ક્ષણ છે. વ્યક્તિ જન્મે છે, ત્યારથી તેની આજુબાજુ સંબંધોના સરોવર રચાતા જાય છે. આવા અનેક સંબંધોની વચ્ચે મૈત્રી એક પરમ પવિત્ર વસ્તુ છે.

મૈત્રીમાં લોહીનો સંબંધ નથી હોતો છતાં પણ તે લોહીની સગાઈ જેવું જ અતૂટ બંધન છે. જન્મથી માંડી મરણ સુધીની સળંગ યાત્રામાં જો એકાદ વ્યક્તિને તમે મિત્ર ન બનાવી શકો તો તમારે સમજવું કે તમારામાં જ કંઈક ખૂટે છેતેને ફેશબુક કે વ્હોટ્સેપ ઉપર ગોતવો પડતો નથી.મિત્ર એટલે એવી વ્યક્તિ કે જેની સાથે વાત કરવા વિષય શોધવા ન પડે, વાતવાતમાં કંઈ ખુલાસા ન આપવા પડે, તેમજ જે તમારા પહાડ જેવા દુ:ખને પીંછા જેવું હળવું કરી દે.

શિયાળાની ઋતુમાં જેમ અગ્નિ હૂંફ આપે છે તેમ મિત્ર હુંફ આપે. શ્રી સુંદરમ્ કહે છે, ' સ્નેહની સર્વ કડીઓમાં મૈત્રી સર્વની વડી. એક કહેવત છે કે, 'મુર્ખ મિત્ર કરતાં શાણો દુશ્મન સારો.' એટલે કે મુર્ખ વ્યક્તિની મિત્રતા, ભાઈબંધી કરતાં તો બુદ્ધિવાન, નિપુણ વ્યક્તિની શત્રુતા પણ સારી. મૈત્રી એટલે જીવનના આકાશનું મેઘધનુષ. મહાભારતમાં મિત્રતાના સચોટ દષ્ટાંતો છે. એક તો ભગવાન શ્રીકૃષ્ણ અને સુદામા, બીજુ શ્રીકૃષ્ણ અને અર્જુન અને ત્રીજું દાનવીર કર્ણ અને દુર્યોધન. સુદામાજી જ્યારે શ્રીકૃષ્ણને મળે છે ત્યારે શ્રીકૃષ્ણ ઉંચનીચના સર્વ

ભેદભાવ ભુલીને તેમના મિત્ર સુદામાજીને પ્રેમથી ભેટી પડે છે અને તેના સર્વ દુ:ખો દૂર કરે છે. અર્જુન સાથે પણ શ્રીકૃષ્ણ હંમેશા તેના દુ:ખમાં સાથ આપે છે.

યુદ્ધમાં જ નહી પરંતુ અર્જુનના જીવનના પણ તેઓ સારથી બની રહે છે અને તેને હંમેશા મદદ કરતા રહે છે. દાનવીર કર્ણ અને દુર્યોધનની મિત્રતા પણ ઉમદા છે. કર્ણને જ્યારે શ્રીકૃષ્ણ તેના જન્મવિશે તેની માતા વિશે જણાવી, તેને સમજાવી તેને જ્યેષ્ઠ કુંતી પુત્ર બનવાની, જ્યેષ્ઠ પાંડવ થવાની, ઈન્દ્રપ્રસ્થના મહારાજ થવાની તેમજ દ્રૌપદીના પતિ થવાની વાત કરે છે, ત્યારે કર્ણ એ બધુ છોડી મિત્રતા નિભાવવા દુર્યોધન સાથે જ ઉભો રહે છે. મૈત્રીના તો આવા અનેકરૂપ છે. મિત્ર વર્તુળ ભલે મોટું હોય, પરંતુ એનું કેન્દ્ર તો એક જ હોય છે. બળવંતરાય ઠાકોર કહે છે,"વય વિદ્યા રુચિ વૃતિના નહીં ભાવના સુમેળ,મનોમેળ તે મૈત્રી, બાકી સૌ ભાગ્યના ખેલ".ફાધર વાલેસ કહે છે કે, 'મિત્રતા એ સંસાર સાગરની લહરી, બગીચાની સૌરભ અને હૃદયમંદિરનો અખંડ દીપ છે.

મિત્ર પ્રેમ એ હૃદયવૃંદાવનનું અમૃત ફુલ છે. મિત્રતાનું બીજ એક જ ક્યારમાં એક વેગથી ઉગેને એક જ વસંતમાં ખીલે. મિત્રમાં નાનો કોણ અને મોટો કોણ એ પ્રશ્ન અર્થ વગરનો છે. તોરણના બંને સ્તંભ સરખા હોય તો જ એના પર કમાન બેસે.', મિત્રતાની સાચી કસોટી તો દુ:ખના સમયે થતી હોય છે. મિત્રની કસોટી સુખમાં થઈ શક્તી નથી. જીવનમાં જ્યારે આપત્તિ આવી પડે, દુ:ખના વાદળો ઘેરી વળે ત્યારે આપણી સાથે ખભેખભો મેળવી આપણી બાજુમાં ઉભો રહે એ જ સાચો મિત્ર.

મિત્રતા એટલે ભાઈબંધી એટલે કે ભાઈ જેવું બંધન. સાચી મિત્રતા એ તો એક છોડ જેવી છે જે ધીમેથી વધે છે. પછી વિરાટ વૃક્ષ થઈ જીવનભર તેની શીતળ છાંયા આપે છે. કલાઉટ કહે છે, 'કે 'મિત્રો તરબૂચ જેવા હોય છે. કારણ શું? કારણકે, ઉત્તમને શોધવા બધાનો સ્વાદ ચાખવો પડે છે.' મહાન વિચારક સોક્રેટીસે પણ કહ્યું છે કે 'મિત્ર બનાવતા પહેલા સો વખત વિચારો અને મિત્ર બનાવ્યા પછી તેને કાયમ માટે ટકાવી રાખો.' મિત્રમાં પુસ્તકોનો પણ સમાવેશ કરી શકાય છે. માણસના એકાંતને, એના જીવનને જે ક્યારેય દગો દેવાના નથી

એવા મિત્રો માત્રને માત્ર પુસ્તકો જ ગણાય છે. ખલિલ જિબ્રાને કહે છે, 'કે, 'જેની સાથે તમે મોજ માણી હોય તેને તમે કદાચ ભૂલી જાઓ, પણ જેની સાથે તમે આંસુ સાર્યા હોય તેને હરગિજ ના ભૂલતા.' તો આવો આજે જ આપણે મિત્રો બનાવીએ.

સંદર્ભ : વિવિધ અખબારી અહેવાલો અને વિકિપીડિયા

6
ચકલી વૃક્ષ

મિત્રો અંજાર જવાના રસ્તે શેખપીર ચોકડી પાસે એક ચકલી વૃક્ષ આવેલું છે જેમાં સાંજના પાંચ ની આસપાસ લગભગ હજારો ની સંખ્યામાં ચકલીઓ નું ચી ચી ગુંજી ઉઠે છે આની અનેક અખબારો અને વિડિઓ શોખીનોએ નોંધ લીધી છે અને દેશ વિદેશ માં આ ચકલી વૃક્ષ ને નામાંકિત કર્યું છે .

આજે તે ચકલી શહેરો માં અને ગામો માં ગુમ થઇ છે .એટલેજ આપણે નવી પેઢીને ચકલી કેવી હોય કેવી દેખાય છે તેના ચિત્રો અને ચલચિત્રો દેખાડીને દિવસો ઉજવવા પડે છે તે એક ખરેખર ચિંતાનો વિષય છે ૨૦ માર્ચે વિશ્વ ચકલી દિવસ ઉજવાય છે અનેક ગુજરાત ની સંસ્થાઓ અને સરકારી પ્રયાસો ને કારણે આ દિવસ ઉજવાય છે તે પણ એક સારી બાબત છે ચકલી જે માણસોના કારણે જ અત્યારે આ લુપ્ત થતી યાદીમાં આવી ગયું છે.

ચકલી વિશે કેટલીયે રસપ્રદ વાતો છે. તેને આપણે ઉજાગર કરીએ ચકલી ઘરેલુ પક્ષી છે એટલે જ્યાં માણસો વસ્યા ત્યાં ચકલી નો વાસ થયો છે . પાછલાં કેટલાક વર્ષોમાં શહેરોમાં ચકલીઓની ઓછી સંખ્યા થઇ રહી છે. જેના કારણો માં જોઈએ તો આધુનિક સ્થાપત્યની બહુમાળી ઇમારતોમાં ચકલીઓને રહેવા માટે પુરાણી ઢબનાં ઘરોની જેમ જગ્યા નથી મળી શકતી ઉપરાંત સુપરમાર્કેટ સંસ્કૃતિના કારણે કરિયાણાવાળાની દુકાનો ઘટી રહી છે આ કારણે ચકલીઓને દાણા

નથી મળતા. આ ઉપરાંત મોબાઇલ ટાવરોમાંથી નિકળતા તંરગોં પણ ચકલીઓના સામાન્ય જીવન માટે હાનિકારક માનવામાં આવે છે.

આ તંરગો ચકલીની દિશા શોધવાની પ્રણાલીને પ્રભાવિત કરી રહી છે અને એના પ્રજનન પર પણ વિપરીત અસર પડી રહી છે, જેના પરિણામ સ્વરૂપ ચકલીઓ ઝડપથી વિલુપ્ત થઇ રહી છે જે એક ચિંતા નો વિષય છે. ચકલીને ખોરાક તરીકે ઘાસનાં બીજ ખુબ જ પસંદ પડે છે. જે શહેરની અપેક્ષામાં ગ્રામીણ ક્ષેત્રોમાં આસાનીથી મળી જાય છે. વધારે તાપમાન પણ ચકલી સહન નથી કરી શકતી. પ્રદૂષણ અને વિકિરણના કારણે શહેરોનું તાપમાન વધી રહું છે.

ખોરાક અને માળાની તલાશમાં ચકલીઓ શહેરથી દૂર જતી રહી છે જે પણ એક ચકલી ના ઘટ નું કારણ છે. શહેરી ઇલાકાઓમાં ચકલીઓની છ પ્રકારની પ્રજાતિઓ જોવા મળે છે, આમાંથી હાઉસ સ્પૈરોને ગુજરાતમાં ચકલી અને હિંદીમાં ગૌરૈયા કહેવામાં આવે છે. પક્ષીઓનું ઘર હોય છે વૃક્ષઅને તેના ઉપરના માળા. પરંતુ વૃક્ષો નિકંદન નીકળી રહું છે. જેથી નાના મોટા પક્ષી ઓ ને માળા કરવા માટે ક્યાય જગ્યા મળતી નથી જેને કારણે ચકલી ઓ ધીમે ધીમે વિસરાતી જાય છે.

જેથી પક્ષી પ્રેમીઓ આ માટે અથાગ પ્રયાસો કરી રહ્યા છે પણ ધીમે ધીમે જાગૃતિ આવતી જાય છે તે એક સારી બાબત છે અનેક ગુજરાત અને દેશ ની સ્થાનિક સંસ્થાઓ અને સરકારી સહિયારા પ્રયાશો ને કારણે ધીમે ધીમે ચકલીઓ ની સંખ્યા વધતી જાય છે. કુલ ૧૬૯ પ્રકારની ચકલીઓ છે જેમા ભારતમાઙ૨ પ્રકારની ચકલીઓ જોવા મળે છે

એક ચકલી રોજ ચારથી પાંચ ગ્રામ દાણા ખાય છે અને ચાર ચમચી પાણી પીવે છે. તેનુ વજન ૨૫ થી 30 ગ્રામ હોય છે. તેની લંબાઇ ૨૨ સેમી છે. ચકલી ૧૫ દિવસમાં ઉડતા શીખી જાય છે

ફેબ્રુઆરીથી જુનની વચ્ચે તે પ્રજનન કરે છે. પ્રદૂષણને કારણે તેને સંવનન કરવામાં તકલીફ પડે છે. કેટલીક માનવીય ભૂલો ને કારણે ચકલી બદલાતા સમયમા દુર્લભ બનતી જાય છે. જેમા નાનકડા પક્ષી ચકલીનો સમાવેશ થાય છે. એ સમય બહુ દૂર નથી જ્યારે આવનાર પેઢીને ચકલી અંગે માહિતી આપવી હશે તો પ્રાણી સંગ્રહાલય કે

પક્ષીની તસ્વીરનો સહારો લેવો પડશે.આ પક્ષીના લુપ્ત થવા માટે બીજુ કોઇ નહી પણ આપણે પોતે જવાબદાર છીએ. તે એક ખરેખર ચિંતાનો વિષય છે આપણે સૌએ સાથે મળીને જાગૃત થવાની જરૂર છે .અને ચકલી ને બચાવાની જરૂર છે .

સંદર્ભ : વિવિધ અખબારી અહેવાલો અને વિકિપીડિયા